Imani Ya Mtu Wingine

Imani Uliyonayo ni ya Kwako Kabisa?

F. Wayne Mac Leod

Light To My Path Book Distribution
Sydney Mines, Nova Scotia CANADA

Imani ya mtu mwingine

Haki ya kunakiri © 2008 by F. Wayne Mac Leod

Kimechapishwa na Light To My Path Book Distribution, 153 Atlantic Street, Sydney Mines, Nova Scotia, CANADA B1V 1Y5

Haki zote zimehifadhiwa. Hakuna sehemu ya kitabu hiki yaweza kuzalishwa au kusambazwa kwa namna yoyote ile bila idhini ya mwandishi.

Maandiko yote, labda ielezwe yamechukuliwa kutoka katika Biblia ya New International Version (Haki ya kunakiri© 1973, 1978, 1984 International Bible Society. Imetumiwa kwa ruhusa ya Zondervan Bible Publishers, Haki zote zimehifadhiwa.)

Orodha ya yaliyomo

1 - Kwenda Mbinguni kwa Mabega ya mtu Mwingine 5

2 - Kuishi Kwa Kiwango cha mtu Mwingine 11

3 - Kuamini Mapokeo ya Mtu Mwingine 15

4 - Kutumia Karama ya Mtu Mwingine 19

5 - Kudumisha Mapokeo ya mtu Mwingine 23

6 - Kutegemea Uwezo wa Mwingine 27

7 - Kuifanya Imani Iwe Yako 31

1 - Kwenda Mbinguni kwa Mabega ya mtu Mwingine

Toleo la 2006 la Operation World linakadiria kwamba 81.5% ya wamarekani wa kaskazini wanajiita wao kuwa ni Wakristo. Hii inawakilisha kiasi cha watu kama milioni 259. Na milioni 48 ya hawa hawana muingiliano ka kanisa lolote. Ngoja sasa tuziangalie hesabu hizi. Si kila aliyejiunga na kanisa ni Mkristo wa kweli. Kuna wale wanaohudhulia kanisa lakini Imani zao si za kweli.

Hii inatuleta katika swali la Muhimu sana. Ni kwanini watu hawa wanajiita Wakristo hali imani yao hawaifanyii kazi? Kwa kuwa siwezi kuwajibia lakini nadhani kwamba wengi wao wanajiita wakristo kwa sababu wamezaliwa katika familia za Kikristo. Wanahisi kwamba kwakuwa wazazi waliowazaa ni wakristo basi hata wao ni Wakristo (Kama inavyopingwa kwa Wahindu na Waislamu). Kwa walio wengi umezaliwa katika imani sawa na vile ulivyozaliwa katika Utaifa wako. Mimi ni Mkanada kwa sababu nilizaliwa na wazazi wangu ambao pia ni wakanada na kamwe sijawahi kuukana Uraia wangu. Watu wengi wanatazama imani yao kwa mtazamo kama huu. Bila kubadili imani yako utabaki kama ulivyokuwa umezaliwa kwa kuiweka imani hii katika matendo au kukaa nayo kama ilivyokuwa hapo awali.

Ni kweli kwamba mambo ndivyo yalivyo katika swala letu la utaifa. Kuwa Mkanada ni lazima uwe umeziwa na wazazi walio ni Wakanada. Kwa kuwa siwezi kuukana Uraia wangu hivyo muda wote nitakuwa ni Mkanada. Kama Mkanada nafurahia faida za Uraia wangu. Ninalindwa na sheria za Kanada na kufurahia uhuru wake. Je hivyo ndivyo katika swala langu zima la Kiimani? Je ninaweza kujiita kwamba mimi ni Mkristo na kutegemea kufurahia faida za Ukristo eti tu kwasababu nilizaliwa katika familia ya Kikristo?

Kujibu swali hili ninaomba tuangalie katika sura mbili za Agano la kale zilizo katika kitabu cha Ezekieli.

Sura ya kwanza inapatikana katika kitabu cha Ezekieli 14.12-18:

> *Ezekieli 14:12-18 (NIV) Neno la Bwana likaniijia kusema mwanadamu Nchi itakapofanya dhambi na kuniasi kwa kukosa nikaunyoosha mkono wangu juu yake na kulivunja tegemeo la chakula chake na kupeleka njaa na kumkatilia mbali mwanadamu na mnyama wajapokuwa watu hawa watatu Nuhu na Danieli na Ayubu kuwamo ndani yake wangejiokoa nafsi zao wenyewe tu kwa haki yao asema Bwana Mungu. Nikipitisha wanyama wabaya ndani ya nchi ile wakaiharibu hata ikawa ukiwa mtu awaye yote asiweze kupita ndani yake kwasababu ya wanyama hao. Wajapokuwamo watu hawa watatu kama mimi niishivyo asema Bwana Mungu hawataokoa wana au Binti wao wenyewe tu wataokoka bali nchi ile itakuwa ukiwa au nikileta upanga katika nchi ile na kusema upanga pita kati ya nchi hii hata nikawatilia mbali na nchi hiyo wanadamu na wanyama wajapokuwamo watu watatu hawa ndani yake kama mimi niishivyo asema Bwana Mungu hawataokoa wana wala Binti bali wao wenyewe tu wataokoka.*

Sura hii inatuambia nini? Mungu alimwambia Nabii Ezekiel kwamba watu wake watakapokuwa wamemwacha na yeye akaamua kutoa hukumu hakuna anayeweza kuwaokoa. Danieli, Nuhu wala Ayubu hawataweza kuokoa wana wala Binti zao ziku ghadhabu ya Bwana itakapokuja. Iweje hawa watu watatu walioyeyuka watajwe katika sura hii? Mwanzo 6:9 inatuambia kwamba Nuhu alikuwa ni "Mwenye haki na mkamilifu katika kizazi chake na alitembea na Mungu." Watu hawa walipotafuta makosa ya Danieli hawakuyapata (Danieli 6.4-5). Mungu alisema juu ya Ayubu kwamba hakukuwa na Mtu mwenye haki katika uso wa dunia kama Ayubu." (Ayubu 1:8) Watu hawa watu walikuwa ni safi katika maisha yao. Walimpenda Mungu na kuishi kwa ajili ya Mungu. Imani yao ingewaokoa siku ya Hukumu watoto wao hata hivyo wangekufa kwa sababu ya dhambi zao. Ghadhabu ya Mungu ilipomwagwa kwa wakazi wote wa Israeli haikujali huyu ni mtoto wa Nani. Kama watoto wao hawakuwa sahihi mbele za Mungu lazima waadhibiwe kwasababu Imani ya wazazi wao haiwezi kuwaokoa sik ya Hukumu.

Je mharifu hawezi kuadhibiwa kwasababu wazazi wake hawajavunja sheria? Kila mtu atahukumiwa kulingana na matendo yake. Imani na utaifa ni vitu viwili tofauti kabisa. Kuwa na Uraia wa kanada kwa sababu wazi wangu ni wakanada ni tofati na swala kuingia mbinguni kwani mbinguni maswala hayako hivo. Imani inahusika na jinsi mtu anavyosimama mbele za Mungu. Haina mahusiano na maswala yoyote na wazazi wangu.

Angalia mfano mwingine katika kitabu cha Ezekieli 18:10-14. Ezekieli hapa anazungu mza juu ya mwana wa mtu mwenye:

> *Ezekiel 18:10-13 (NIV) "Lakini akizaa mwana aliye mnyang'anyi mmwaga damu atendaye mambo*

> *hayo mojawapo wala hakutenda mojawapo la mambo hayo limpasalo bali amekula juu ya mlima na kumtia unajisi mke wa jirani yake na kuwadhulumu maskini na wahitaji na kuwanyang'anya watu mali yao kwa nguvu wala hakurudisha rehani naye ameviinulia macho vinyago na kufanya machukizo naye amekopesha watu ili apate faida na kupokea hakika atakufa na damu yake itakuwa juu yake na kama yeye huyo akizaa mwana naye ameziona dhambi zote za baba yake alizozitenda akaogopa asifanye neno lolote kama hayo. Je mtu huyo ataishi? Hataishi! Kwasababu amefanya uchafu wote huu hakika atakufa na damu yake itakuwa juu ya kichwa chake.*

Sura hii inatuambia kwamba ikiwa Mtu wa Mungu anaye mwana ambaye hakuishi sawa na maelekezo ya Mungu mwana huyo ataangamia. Imani ya baba na maisha yake katika Mungu haiwezi kuwekwa kwa mwana wake. "Roho itendayo dhambi ndiyo itakayokufa " (Ezekiel 18.4).

Haya yote yanatueleza Nini? Inatumambia kwamba hatuwezi kwenda mbinguni kwa mabega ya mtu mwingine. Imani siyo kama Uraia wetu ulivyo. Hatuzaliwi katika Imani. Hatutakwenda mbinguni kwa sababu ya wazazi wetu walikuwa ni Wakristo. Imani haipeani kama Uzazi bali ni swala binafsi wewe na Mungu wako.

Biblia inatambia kwamba kitu tulichokirithi toka kwa wazazi wetu ni dhambi.

> *Zaburi 51:5 (NIV) Tazama mimi naliumbwa katika hali ya uovu maana mama yangu alinichukua mimba hatiani.*

Kwa sababu wamerithi asili ya dhambi zetu watoto wetu watatengwa na Mungu siku ya hukumu. Asili hii imerithishwa kwetu kutoka kwa wazazi wetu. Na watoto wetu nao watairithisha kwa watoto wao hadi pale tutakapokuwa tumeikataa dhambi yetu na kuielekeza mioyo yetu kwa Yesu ndipo tutakapofanyika kuwa kuwa ni Raia wa ufalme wa dunia hii na wageni wa mbinguni.

Watu wengi wanajaribu kwenda mbinguni kupitia mtu mwingine, Biblia inatuambia kwamba kitu hiki hakiwezekani. Nataka nikusihi uuchunguze moyo wako sasa Je unamtegemea mtu mwingine aweze kukufikisha mbinguni je unawatumainia wazazi wako au watu wengine mashuhuri waitwao watakatifu kwamba watakufikisha mbinguni? Mkumbuke Nuhu, Danieli na Ayubu hata wao hawataweza kuwaokoa watoto wao. Swala la wokovu na kuokolewa kutoka katika Ghadhabu ya Mungu ni kati yako na Mungu. Uko tayari kumwita Mungu sasa? Tabua unamuhitaji. Kama uraia wako niwa dunia hii ya uovu, tubu dhambi zako na umsihi akupokee katika ufalme wake.

2 - Kuishi Kwa Kiwango cha mtu Mwingine

Sisi sote tumekwisha kukabiliana na masumbufu ya kutaka au kufanana na mawazo ya waliokaribu na sisi. Wawakilishi wa serikali mara zote huchagliwa kuwakilisha mawazo ya watu. Ikiwa unataka kusonga mbele katika eneo lako la kazi unatakiwa kutekeleza yale unayoyawazia. Masumbufu ya kutaka kufanana yametawala sana hasa kwa vijana wetu. Vile wanavyo vaa, namna ya kuweka nywele zao, maneno wanayotumia, miziki wanayoisikiliza, kwa sehemu kubwa ni kwakile jamii kubwa ya kizazi chao inawaza na kutaka ndivyo hutekeleza. Kila mtu anataka kukubalika. Watangazaji wanafahamu kwamba kitu hakiwezi kuuzwa ni mpaka wamewashawishi watu kwamba ni wengi wamekuwa wakitumia bidhaa hiyo, na ndipo watu watashawishika kuinunua. Sisi ni watu tunaoongozwa na kile wengine wanafikiri. Kitendo chetu cha kutaka kukubalika kinatufanya tufananane na mawazo ya wanadamu kwa kile wanavyotaka. Uko usalama tunapojua kwamba sasa tuko kama wengine walivyo.

Kuwasikiliza wengine si jambo baya. Mwandishi wa kitabu cha Methali anaeleza ilivyo vyema kusikiliza mashauri ya wengine katika kufanya maamuzi ya jambo unalotaka kulifanya:

> *Methali 11:14 (NIV) Pasipo mashauri taifa huanguka bali kwa wingi wa washauri huja wokovu.*

Methali 12:15 (NIV) Njia ya mpumbavu imenyooka machoni pake mwenyewe bali yeye aliye na hekima husikiliza mashauri.

Methali 15:22 (NIV) Pasipo mashauiri makusudi hupatilika bali kwa wingi wa washauri huthibitika.

Hatukuumbwa ili tuwe peke yetu. Kuna hekima kubwa katika kutafuta mashauri na msaada katika mwili wa Kristo. Lakini pamoja na kusema hili tunapaswa kuwa makini tusije kugeuzwa kwa kufanywa vipofu. Ili tuweze kukubalika mara zote majaribu hujaribu kuondoa hali ya utashi. Mara zote huwa hatuulizi mawazo ya jamii inayotushauri. Kwa kutokujua tumekubaliana na mashauli ya wakuu wetu. Tumeruhusu vile wengine wanafikiri na jinsi tunavyoishi na kudhani ndivyo sahihi. Je huu siyo ndiyo mafanikio ya mmomonyoko katika siku zetu?

Paulo nasema kwamba "kila kitu kisichotokana na Imani hiyo ni dhambi" (Warumi 14:23). Imani ni nini? Imani ni kile kitendo cha matakwa ya moyo na Uhakika. Paulo anasema kwamba tunapokuwa tunafanya jambo bila kuusikiliza Moyo nakuwa na uhakika kwamba tunachofanya ni sahihi mbele za Mungu basi tunakuwa na kuhukumiwa mbele za Mungu kwa sababu ya dhambi. Inawezekana kabisa kwamba tukashindwa kutenda sawasawa katika mioyo yetu kwa sababu ya kile ambacho jamii au viongozi wetu wameshatuwekea tayari?

Katika nyakati za Paulo kulikuwa na mabishano kwamba ni siku ipi inatakiwa kuwa ni siku takatifu. Waumini wakagawanyika kwa sababu ya jambo hili. Sikiliza ushauri wa Paulo kwa waumini wa Rumi:

Warumi 14:5 (NIV) Mtu mmoja afanya tofauti kati ya siku na siku mwingine aona kuwa siku zote ni sawa

sawa kila mtu na athibitike katika akili zake mwenyewe.

Si mara zote tukubaliane na kila jambo bali kila jambo tulijadili katika akili zetu kwanza. Paulo anasema kwamba hatupaswi kufanya jambo lolote bila msukumo wa Moyo na hilo ndilo jambo jema. Kukubali tu jambo la mtu bila kulifikiri haitoshi. Kila mtu anapaswa kufikiri katika akili zake mwenyewe.

Miaka kadhaa iliyopita nilisikia taarifa ju ya sirika moja lililomuuzia mwanafunzi mmoja taarifaa ya utafiti Fulani. Wanafunzi walikuwa wananunua karatasi hizi za utafiti na wanaandika majina yao. Sisi sote tunaelewa kwamba kitu hiki hakifai na si sahihi. Inawezekana kwamba hata sisi tumekuwa tukishutumiwa mbele za Mungu sawa na tendo hili la wanafunzi tunapoamua kutafuta njia za mkato? pale mtu anapoanza kututufundisha namna ya kuishi katika imani yetu Je Mungu anafurahishwa na kitendo chetu cha kutotafakari Neno lake? Je anajisikia vizuri tunaposimama mbele zake bila kuwa na vitu ndani ya Moyo ambavyo ni vya kwetu maana kile tulicho nacho ni kile tulichoambiwa kuamini na watu wengine? Je anafurahia pale matendo yetu yanakuwa ni yale yanayotukuza miungu ya Mababu zetu bila sisi kuwaza ndani ya mioyo yetu juu ya swala kama hilo kama linafaa? Tunakuwa kama wale wanafunzi walioandika majina yao katika zile karatasi za utafiti na kuzipeleka kwa mwalimu wao? Je tunaamini Imani ambayo hakika si ya kwetu?

Katika 2 Samweli 24, Daudi alikabiliana na Mtu mmoja Jina lake ni Arauna ili aweze kununua vitu vya kupuria. Akataka kutoa sadaka kwa Bwana Mungu. Bila kumheshimu Daudi Arauna akamwambia kwamba watachukua vifaa vyote vya kupulia na anavitoa bure. Sikiliza jawabu la Daudi kwa ndugu Arauna:

2 Samweli 24:24 (NIV) Lakini mflme akamwambia Arauna, la, sivyo; lakini kweli nitavinunua kwako kwa thamani yake wala sitamtolea Bwana Mungu wangu sadaka za kuteketezwa nisizozigharimia. Hivyo daudi akakinunua kiwanja hicho cha kupuria na ng'ombe kwa shekeli hamsini za fedha.

Daudi hakuona sababu ya kutoa kitu ambacho si chake kwa Bwana akaamua kuingia gharama ili atoe vitu vilivyo vyake. Hakutaka kutoa ng'ombe wa mwingine.

Je unatoa ng'ome wa Mwingine Kwa Bwana? Je mambo ya Imani yako je yanatokana na wewe, umetafakari wewe, mbele za Mungu au ni mskumo wa Kiwango cha Mtu mwingine?

3 - Kuamini Mapokeo ya Mtu Mwingine

Wote tuna mashujaa wetu. Kama watoto wadogo, zinaweza kuwa ni habari za mtu Fulani aliyekuwa na uwezo usiokuwa wa kawaida. Kadri muda unavyoenda unajikuta na wewe umeanza kufanya kama vile nyota wa michezo hiyo. Katika siku tulizo nazo tunatembelea mambo ya watu ambao wamewahi kuwepo. Hata waumini kwa sasa tunamafahari wetu. Tunatamani Imani za watu Fulani wa kiume na wakike ambao walitutangulia. Tunashawishiwa na Uaminifu na karama zao.

Umeshawahi kumsikiliza mtoto akisimulia juu ya mtu Fulani ambaye ni mashuhuri na jinsi ambavyo ameweka Imani kwa mtu huyo. Anaamini kila neno la shujaa wake analosema. Anatamani kuwa kama yeye katika kila Eneo. Tunaweza kuwatendea hivyo hivyo hata hawa watu mashuhuri wetu wa Kiroho. Yamkini mashuri wako amekuwa ni mtu ambaye alianzisha mapokeo fulani katika dini yako. Labda ni viongozi wako wa sasa ulio nao katika kusanyiko lako. Labda ni mchungaji wako. Labda ni mwalimu mkubwa wa Biblia au mshirika katika kanisa lako. Kama mtoto tunashika kila neno wanalosema na kulifanya kuwa letu katika maisha.

Nilikuwa nazungumza na mtu mmoja kipindi Fulani juu ya mapokeo. Akasema japo kuwa hajawahi kujifunza mapokeo hayo lakini alisema kwamba hana shaka kwamba viongozi wake wanaweza kumpotosha maana alikuwa anaamini kila wanachosema akiamini. Tatizo hili si la kawaida. Maana ni watu wengi tu wanaamini kile wanachoambiwa kuamini bila kuiangalia Biblia inasema nini juu ya hicho wanachokiamini. Tunakuwa tuko tayari kumruhusu mtu afanyanye jambo kwa ajili yetu.

Miaka kadhaa iliyopita nilikuwa nikizungumza na mtu wa dhehebu Fulani. Tulikuwa tunazngumza juu ya eneo Fulani katika swala la utofauti wa mapokeo. Nilipoibua swala Fulani amabalo huyu mama hakuwa na jawabu aliniambia kwamba ataenda kuzungumza na kiongozi wake wa Kiroho halafu atanitafuta tena nikagundua kwamba huyu anamtegemea mtu Fulani katika kufanya maamuzi yake. Mapokeo yake hayakuwa yake. Aliamini kile alichoambiwa kuamini na hii ikanifanya nianze kuwaza juu ya mapokeo yangu tena. Je mapokeo niliyonayo niyakwangu au ninatembea katika kile wengine wameniambia na kuniaminisha?

Vipi kuhusu wewe? Je unakubali kila jambo kwa sababu linatokana na kiongozi wako unayemuheshimu? Unaamini nini? Sikuulizi kanisa lako linaamini Nini. Sikuulizi kwamba wengine wamekuambia uamini nini. Ninakuuliza kulingana na kile kilicho katika moyo wakol. Paulo na Sila walipoenda kwa Waberoya walifundisha neno la Mungu katika Masinagogi. Biblia inatumabia kwamba watu hawa walipolipokea neno kwa furana na moyo waliamua kulichunguza ili waone kama kweli ndivyo lilivyo.

> *Matendo 17:11 (NIV) Watu hawa walikuwa waungwana kuliko wale wa Thesalonike kwa kuwa walipolipokea lile neno kwa uelekevu wa moyo wakayachunguza maneno ya Mungu kila siku waone kwamba mambo hayo ndiyo yalivyo.*

Malaka ya mwisho katika kila Ikmani ni Neno la Mungu. Waberoya walililielewa hili na wakajitoa katika mafundisho ya Mtume Paulo na kuyachunguza kila siku.

Bwana aliliamuru kanisa la Efeso wawachunguze wale wanaokuja katika kanisa hilo wakijiita kuwa ni mitume.

> *Ufunuo 2:2 (NIV) Nayajua matendo yako na taabu yako na subira yako na yakuwa huwezi kuchkuliana na watu wabaya tena umewajaribu wale wajiitao mitume nao siyo ukawaona kuwa siyo.*

Waefeso hakupokea kila kilichohubiriwa kwao, kama Waberoya waliyaangalia mafundisho kama yanaendana na Neno la Mungu.

Yesu alipozingumza na Yule mama Msamalia katika kile kisima alimwamini. Mara akaenda kuwataarifu na wengine katika mji kuhusu Bwana Yesu na kundi kubwa likamfuata Yule mama mpaka mahali Yesu alipokuwa. Kwa muda wa siku mbili Yesu alikaa nao akiwafundisha. Sikia kile mama msamalia anaambiwa baada ya watu hawa kukaa na Yesu:

> *Yohana 4:42 (NIV) Wakamwambia Yule mwanamke sasa tunaamini si kwa sababu ya maneno yako tu maana sisi tumesikia wenyewe tena twajua ya kuwa hakika huyu ndiye mwokozi wa ulimwengu."*

"Hatuendelei kuamini kwa sababu ya kile unachotuambia," Walisema, "Tunaamini kwa sababu sisi wenyewe tumesikia na tumejua ya kuwa huyu ni mwokozi wa ulimwengu." Msamalia huyu anamambo mengi ya kutufundisha leo hii. Unaamini kwa sababu mtu Fulani amekwambi nini uamini au unaamini kwa sababu umeona mwenyewe?

Sisi wote tumeshaimba wimbo wa sifa unaosema "Imani ya mababu zetu. "Je imani za mamabu zetu ni zetu hata hivyo? Tumezipenda na kupingana na neno la Mungu? Je mapokeo yako yanatokana na msukumo wa dani ya moyo au katika mila peke? Sisi sote tunapaswa kufika katika hatua kama huyu mama Msamalia alivyosema: "Hatuamini si kwasabab umesema bali ni kwasababu tumesikia sisi wenyewe na tunajua" Yohana 4.42, (NIV).

Mafarisayo katika Agano jipya walipambana sana kwa sababu ya mapokeo ya mila zao. Katika tukio moja walikuwepo pale Yesu alipomfufua Lazaro kutoka wafu. Waliiona nguvu ya Mungu dhidi ya mauti. Mapokeo ya mila zao yalikuwa yamezama kiasi kwamba hata huu muujiza haukuweza kubadili mitazamo yao. Wakati mwingine tumekuwa kama mafarisayo. Mapokeo yetu yamechuka nafasi zaidi kuliko mambo ya moyoni. Tunaiona kweli lakini tunaikana. Kunawale watu wanaopigana na hata kufa kwa ajili ya Imani ambayo wao wenyewe hawajiamini yaani hawana uhakika nayo.

Leo nakusihi uchunguze mapokeo yako. Je unaamini kile unachosema unakiamini kabisa? Inaleta mabadiliko makubwa katika ulimwengu kama mapokeo tunayoyaamini yanakuwa ni yetu kabisa. Ni tofauti juu ya kusikia juu ya jambo Fulani na pale wewe unapokuwa umeliona mwenyewe. Kusikia kwamba Yesu alikuja kufa kwa ajili yako ni tofati na kumjua Yesu kibinafsi. Ni kitu kingine kusikia juu Mungu anayetujali katika kila hitaji na kujua kuwa hii ni kweli katika maisha yetu. Hebu mapokeo yetu yawe yanayotoka katika Msukumo wa Moyo wetu.

4 - Kutumia Karama ya Mtu Mwingine

Kama wanadamu tunatabia ya kujilinganisha na watu wengine, umeshawahi kuwa katika huduma ya muhubiri mkubwa wa Injili na ukaanza kuitamani karama hiyo? Umeshawahi kumwagalia rafiki yako anashirikisha imani yake kwa mtu asiyemjua Yesu na ukatamani angalau Mungu akupe nafasi hata ndogo ya kuwa na uwezo hata kidogo kama wa rafiki yako nawe uwe unafanya hivyo? Au unasema habari za Mtakatifu wa Mungu unajikuta unavutiwa sana na utendaji wake katika maisha yake. Tunajiruhusu sana kuwa ni watu wadogo sana tunapokuwa tunajipima na watu kama hawa waliokirimiwa na Mungu. Tunajikuta tunaanza kuwaza kuwa na karama kama zao.

Katika Matendo 8 tunakutana na mtu kwa jina lake ni Simoni. Simoni alikuwa ni tabibu. Aliposikia habari za Injili aliiamini na akabatizwa na Filipo. Akamfuata Filipo na mitume mahali pote walipoelekea. Alishangazwa sana na Mujiza alioufanya Petro. Simoni alipoona jinsi Roho mtakatifu alivyoshuka kwa waumini alipokuwa akiwaombea akamkaribia Petro akiwa na hitaji maalumu. Alitaka kufanya kama Petro alivyoweza kufanya kwa hawa waumini. Alitamani kuwa anaweka mikono juu ya mtu ili kwamba awe anapokea Roho mtakatifu. akawa tayari hata kutoa sehemu ya uwezo wake Petro alichukia na hata akamwambia atubu kwa sababu ya mawazo yake maovu.

Kwa nini ombi la simoni lilikuwa ni ovu? Kwa mawazo ya haraka tunaweza kusema kwamba Simoni alifikiri anaweza kuzinunua nguvu za Roho Mtakatifu. Hapa Simoni alikuwa anatafuta utukufu wake katika sura hii. Roho Mtakatifu ni Mungu. Simoni alifikiri kwamba Mungu ni kama bidhaa Fulani inayoweza kununuliwa au kuuzwa au kubadilishwa kwa karama zingine. Simoni aliona kile Petro alifanya na akataka awe kama Yeye. Mungu wetu haendi hivyo.

Paulo aliwaambia wakorintho kwamba Roho mtakatifu hutoa karama kwa waumini kama yeye apendavyo.

> 1 Wakorintho 12:7-11 (NIV) Lakini kila mmoja hupewa ufunuo wa Roho kwa kufaidiana. Mana mtu mmoja kwa Roho hupewa neno la Hekima, na mwingine neno la Maarifa, apendavyo Roho yeye Yule. Mwingine Imani katika Roho yeye Yule, na mwingine karama za kuponya katika Roho yeye Yule, na mwingine matendo ya miujiza, na mwingine unabii, na mwingine kupambanua roho, mwingine aina za Lugha, na mwingine Tafasiri ya Lugha, lakini kazi zote hizi huzitenda Roho huyo mmoja, yeye Yule akimgawia kila mtu, peke yake kama apendavyo yeye.

Mstari wa kumi na moja kuna jambo muhimu hapa. Roho wa Mungu hutoa karama kama yeye "apendavyo." Inamanisha kwamba Mungu Roho mtakatifu hutoa kulingana na jinsi anavyotaka uwe.

Kama muumini Mungu kakupatia karama Fulani kwa ajili ya kazi yake Bwana. Ni mara ngapi umekuwa ukiangalia katika karama za wengine na kuzitamani? Wakati mwingine huonekana kama zinaubora kuliko tulizopewa sisi. Kama vile mtoto anavyokuwa anamuigiza mtu mwenye nguvu anayempenda na sisi tunatamani kuwa tunaiga karama za wengine. Tunataka tufanane na wengine. Unasoma habari za Mtu aliyekuwa ni muombaji aliyetumia masaa mengi katika chumba chake cha maombi na wewe unajilazimisha kuwa hivi. Unakutana na muhubiri ambaye ni mwinjilisti na unatamani na wewe kuwa kama yeye unasema kwa watu kama Yule muhubiri anavyosema. Unaona mtu mwingine aliyepatiwa na Bwana jambo Fulani kwa sababu ya Imani yake na wewe unaamua kuacha kazi na kuingia katika maombi ili nawe upatiwe kama Yule mtu.

Katika Matendo 19 tunasoma habari za watoto wa Sekewa ambao baada ya kumuona Paulo akizitimua People wakataka nao wazitimue. Wakayakemea mapepo katika jina la Yesu anayehubiriwa na Paulo. Hali ilikuwa ni mbaya. Walishindwa si tu kwasababu hawakuwa wameokoka lakinipia kwa sababu walitaka kuiba karama ya mtu mwingine ambayo Mungu hakuwa amewakirimia.

Mungu ametupatia karama kama alivyotuona tunafaa. Kuna nyakati ambazo hatufurahii karama alizotupa Mungu. Tunakuwa kama vile chungu kiamue kumlalamikia mfinyanzi kwa nini uliamua kuniumba hivyi yaani tunatami tuwe zaidi ya jinsi Mungu alivyotukusudia. Tunayapenda maisha yetu na kuzichukia karama ambazo Mungu katupatia. Kama wana wa Sekewa tunajaribu kutumia karama ambazo si zetu. Tunakuwa na mawazo jinsi gani tuwe na jinsi gani Mungu atutumie katika shamba lake. Unakuta mtu anatabika kwa sababu ya kukosa jambo kama alilonalofulani.

Ni muhimu sana kutambua nguvu na karama Mungu ametupatia kwa ajili ya kazi yake. Watu tumekuwa wakuiga watu badala ya kumfuata Yesu. Kusudi la Mngu ni tofauti sana na kusudi la Mungu aliloliweka kwa mtu. Si kwamba anataka atupe karama ya Kuhubiri, na wala si kwamba anaaka wote tuwe tnashinda katika maombi. Bwana asifiwe kwa sababu katika eneo hilo tyari kaweka wengine. Hataki utumie karama ambayo si ya kwako. Bwana anataka uwe kama ulivyo. Tunamuhuzunisha sana tunapolazimisha kutumia karama za wengine.

Umekwisha likubali kusudi la Mungu katika maisha yako? Je unatambua kwamba kakuwekea karama ya tofauti na mtu mwingine na anataka utumie hiyo? Hakuna anayeweza kukamilisha kusudi ambalo karama yake imewekwa ndani yako maana sisi sote tuko tofauti. Sisi sote tunakazi za kufanya. Ufalme wa Mungu unapanuka tunapotambua tofauti zetu na jinsi Mungu anavyotaka kututumia kwa ajili ya utukufu wake. Nataka nikupe changamoto ya kutotamani karama ya mwenzio na utumie karama yako Mungu aliyokupa ili umfuate Mungu. Kubali jukumu na karama ambayo Mungu amekupatia. Usijisikie vibaya na kujaribu kutumia karama ya mwingine.

5 - Kudumisha Mapokeo ya Mtu Mwingine

Kuna hadithi ya mwanamke mmoja ambaye alikuwa anatabia ya kukata kipande cha mwisho cha nyama yake anayo kuwa ameikaanga kabla hajaiweka katika chungu ili aweze kuipika. Siku moja mme wake alimuuliza kwa nini huwa nafanya hivyo. Akamwambia mara nyingi sana mama yake alikuwa anapika kwa jinsi hiyo. Swali lile likamfanya awaze. Kwa nini mama yake na huyu mke wake alikuwa akiikata nyama kabla ya kuipika? Yule mwanamke akasema kwamba siku akimwona mama yake atamuuliza ni kwanini alikuwa akifanya hivyo. Ikatokea wakakutana siku moja Yule mama ikabidi amuulize kuhusu hiyo tabia yake. Akasema kwamba amekuwa akifanya hivyo kwa sababu alimwona mama yake na yeye ambaye ni Bibi wa binti huyu alikuwa akifanya hivyo anaikata nyama mwishoni kabla ya kuipika na hakuelewa ni kwa nini alikuwa anafanya hivyo. Iliwachanganya sana ikabidi kwenda wote kukutana na huyu mama ambaye ni bibi wa binti sasa. Ikabidi wamuulize ni kwanini alikuwa akikata nyama mwishoni kabla ya kuipika na akajibu akasema: "Nilikuwa nafanya hivyo kwa sababu ile nyama niliyokuwa nainunua na chungu nilichokuwa natumia kilikuwa ni kidogo sana kwa hiyo ili itoshe nilikuwa naikata ili itoshe kwenya chungu." Kwa miaka mingi sana watu hawa wamekuwa wakifanya hili zoezi bila kujua ni kwanini wanafanya hivyo.

Nadhani hata sisi wakristo tumekuwa na tabia kama hizi zinatushtaki mioyoni. Je tumepofuka kwa kuendeleza taratibu za watu Fulani? Naomba usinielewe vibaya, Mila na desturi ni nzuri sana. Tatizo linakuja pale tunapodumisha mila ambayo hata sisis hatuelewi maana yake. Kuna watu wa kike na wakiume wanakufa katika mila na desturi za kanisa na hata wao hawajui ni kwa nini wanaamua kufanya hivyo na hata maana na umuhimu wa mila hizo na mapokeo hawayajui. Ukiwauliza ni kwanini wanafanya hicho wanacho fanya mara zote watakjibu na kukwambi kwamba: "Sisi tumekuta wanafanya hivi."

Mila na Desturi ni nzuri sana na ni muhimu sana katika swala la kiimani. Lakini muhimu tukajua maana zake. Mafarisayo walikazia sana katika mila na desturi za mababu zao. Maisha yao yalikuwa yametawaliwa na sheria ya Mungu na mila walizozipokea toka kwa mababu zao walizozikuta. Sikiliza kile Yesu anasema kuhusu watu hawa:

> Mathayo 15:8 (NIV) "' watu hawa huniheshimu kwa midomo ila mioyo yao iko mbali nami.

Je neno hili laweza kuwa kwako leo? unakwenda mbele za Mungu kwa maneno matupu na mila na desturi lakini moyo wako uko mbali naye? Imani yako imeijumuisha na mila na desturi ulizozipokea toka kwa wazazi wako na mababu zako?

Tumeshaona makanisa mengi ambayo mila na desturi zimetawala na ndiyo mitazamo yao. Katika ibada zao huwezi kubadili utaratibu. Utakuta hata wimbo wanaoutumia ukibadilishwa hawakubaliani. Mchugaji mpya anapofika anaelezwa cha kufanya na jinsi ya kukifanya haraka iwezekanavyo. Kama ataleta jambo jipya lazima ataelezwa: "Huwa hatufanyi hivyo katika kanisa hili." Kuleta mabadidilko hata madogo inakuwa ni mateso kwa mchungaji. Imani ya watu hawa imetawaliwa na mila na desturi za waliowatangulia katika kuanzisha kanisa hilo. Utakuta kwamba haina mguso wowote na ushirika binafsi na Mungu. Hawataki mabadiliko ila wanataka ifanyike kama ilivyokuwa ikifanyika. Mafarisayo walisimamia mapokeo yao lakini mioyo yao ikawa mbali na Mungu.

Vipi kuhusu wewe Binafsi? Imani yako imebeba kiasi gani cha mapokeo uliyorithishwa? Kunatofati kati ya kuendeleza mapokeo ambayo ni binafsi unayoyaelewa na kuwa kipofu katika kuendeleza mapokeo usiyoyajua. Je Mungu anafurahishwa pale tunatambua mema na mabaya katika mapokeo yaliyowekwa na mababu zetu? Je haushutumiwi katika mioyo yetu tunapoendelea kuendeleza mila na desturi zilizowekwa na Mababu nje na neno la Mungu wetu? Elewa mapokeo yako hayatakusaidia kitu chochote siku ya hukumu.

Mungu anaangalia katika moyo. Si mapokeo ya nje bali nazungumzia yale ya ndani ya moyo. Ni rahisi sana kwa mwanadamu kuendeleza mapokeo yasiyofaa na moyo wake ukawa mbali na Mungu. Ili mapokeo yako yawe na maana lazima yaendane sawa na Neno la Mungu tofauti na hapo yatakuwa hayana maana. Sikiliza kile Mungu anasema kwa watu ambao walidumisha mapokeo ya babu zao bila kuangalia mioyo yao inashitakiwaje juu ya mapokeo hayo.

Amosi 5:21-23 (NIV) "Mimi nazichukia sikukuu zenu nazidharau nami nitapendezwa na makutano yenu ya dini naam ijapokuwa mnanitolea sanaka zenu za kuteketezwa na sadaka zenu za unga sitazikubali wala sitaziangalia sadaka zenu za amanani na zawanyama walionona niondoleeni kelele za nyimbo zenu kwa maana sitaki kuzisikia sauti za vinanda vyenu.

Ndiyo hata mapokeo mazuri ya mababu zetu yanaweza kuwa ni kikwazo katika pua za Mungu ikiwa wale wanaozifanya hawaelewi maana yake. Upofu na kutokujua katika moyo kile unachokifanya chaweza kuwa ni kelele mbele na kukosa utukufu mbele za Mungu.

6 - Kutegemea Uwezo wa Mwingine

Mfalme Yoashi alikuwa mfalme alipokuwa na umri wa miaka saba. Alitawala kwa muda wa miaka arobaini Yersalemu. Sehemu ya kwanza katika utawala wake ulitawaliwa na Ibada za kumwabudu Mungu, kipindi cha utawala wake hekalu lililokuwa limetelekezwa lilirejeshwa tena na ibaada mbalimbali za watu wa Mungu kupatanishwa na Mungu wao zilifanyika. Sehemu inayofuata katika utawala wake mfalme Yoashi alimwacha Mungu. Akaleta Miungu mipya na kuanza kuiabudu. Japo Bwana alituma manabii kumwonya Mfalme Yoashi lakini alikataa kusikiliza. Ni kitu gani kilimfanya mfalme amuache Mungu?

Jibu la hili swali linapatikana kwa Mfalme mwenyewe. Kipindi cha utawala wa Kwanza mfalme alikuwa na uhusiano wa karibu sana na kuhani Yehoyada. Huyu nabii alipokuwa hai mfalme aliendelea kumwabudu Mungu:

> 2 Nyakati 24:2 (NIV) Yoashi alifanya mema machoni pa Bwana siku zote za Yehoyada kuhani.

> 2 Nyakati 24:14 (NIV) nao walipokwisha wakaleta mbele ya Mfalme na Yehoyada fedha iliyobakivikafanyizwa kwao vyombo vya nyumba ya Bwana, vyombo vya utumishi navyo vya kutolea, na miiko na vyombo vya dhahabuna fedha, wakatoa

sadaka za kuteketezwa katika nymba ya Bwana daima siku zote za yehoyada.

2 Nyakati 24.17 inatuambia kipindi Yehoyada amefariki Yoashi akatafuta watu wengine wa kumshauri:

> *2 Nyakati 24:17 (NIV) Hata baada ya kufa kwake Yehoyada wakuu wa Yuda wakamwendea Mfalme wakamsujudianae mfalme akawasikiliza maneno yao.*

Yoashi alikuwa ni aina ya mtu ambaye alikuwa ni rahisi kuchukuliwa kama upepo. Lakini alipokuwa yuko pamoja na mtu wa Mungu alikuwa sahihi maisha yake yote lakini baada ya mtu huyu kutwaliwa machoni pake hakuwa mwaminifu tena.

Historia yote ya Israeli ni moja wao walikuwa wanafuata kiongozi anayeinuliwa kuwaongoza. kama kiongozi waliye nae atampenda Bwana basi na wao walitii na kama kiongozi angemwacha Bwana basi wote waligeuka na kufuata.

Yoashi na wana wa Israeli walikuwa wanategemea nguvu ya mtu mwingine ili waweze kusonga mbele. Nafikiri umeshaelewa kile nakisema hapa, Ni nani kati yetu hajaathiriwa na mambo yale yanayotuzunguka? Tunapokuwa na wana wa Mungu watu wote wanaokoka na kumfuata Bwana na hawa watu wanapoondoka na wanakuja watu wasiomjua Bwana tunawafuata na kubadilika kabisa. Tunajikuta tunarudi katika maisha yetu ya kale.

Kama watu mara zote tumejisikia kushtakiwa tunapotegemea watu wengine kutuongoza, japo ni vyema kushirikiana katika nyakati mabalimbali hasa ngumu lakini wengi wetu hatujafikia hatua ya kusimama sisi wenyewe. Mapito yanapokuja tunawatafuta watu watupatie majibu. Tunapokuwa tunazungukwa na waliookoka lakini wakiondoka halafu tuzungukwe na wasio okoka basi na sisi tunakuwa hivyo tunaanguka kiroho.

Sikiliza kitu ambacho mtume Paulo anatuambia katika kitabu cha Waefeso:

> *Waefeso 6:10 (NIV) Hatimae mzidi kuwa hodari katika Bwana na katika uweza wa Nguvu zake.*

Chanzo cha nguvu yetu ni nini? Paulo anatuambia kwamba tunapaswa kuwa na "Nguvu katoka kwa Bwana." Wengi wetu tumekuwa tunatafuta nguvu katika watu, watu watakuja na kuondoka. Watu siku moja watatutelekeza. Wakati mwingine watakosea au kutushauri vibaya. Kuna nyakati ambapo hawatatusaidia. Yuko mtu ambaye siku zote atakuwa nasi, Yesu Kristo hatatuacha wala kutupungukia. Hakuna jambo linalomshinda. Yeye peke yake atakuwezesha kukabiliana na kila tatizo katika maisha yako.

Paulo anazungumzia kitu cha ngvu alipoachwa na akaandika:

> *Wafilipi 4:13 (NIV) Nayaweza yote katika yeye anitiaye Nguvu.*

Mtume Paulo alikutana na shida nyingi katika maisha yake. Alitambua swala la kuachwa na kutengwa na watu aliowaona ni wamuhimu. Alijua maumivu na uchungu. Kama angewategemea watu katika mapito yake asingeweza kufika Bali akaona kuna nguvu katika kumtegeme Bwana.

Kuna wamaume na Wanawake wazuri nawapenda. Ni wapole na watu wa Mungu, lakini wote ni wanadamu wanasifa kama nilizonazo. Naheshimu mashauri yao, nahitaji kutiwa Moyo na kushauriwa nao lakini natamba kwamba kama naamua niishi maisha ambayo Mungu wangu anataka niishi nahitaji Nguvu na hekima ya Mungu peke yake.

Mungu ameahidi mambo haya katika Neno lake.

> *Isaya 41:10 (NIV) Usiogope kwa maana mimi nipo pamoja nawe usifadhaike kwa maana mimi ni Mungu wako nitakutia nguvu naam nitakusaidia naam nitakushika kwa mkono wangu wa kuume wa haki yangu.*
>
> *Yakobo 1:5 (NIV) Lakini mtu wa kwenu akipungukiwa na hekima na aombe dua kwa Mungu awapaye wote kwa ukarimu wala hakemei naye atapewa.*

Nguvu zote na hekima yote unayoitegemea imeahidiwa ikiwa utamuomba Mungu. Katika nguvu hii unaweza kushinda kila kitu shetani anachokitupa mbele yako. Kwa nini ushughulike na nguvu ya mwana damu iliyo na kikomo badala ya kushughulikia vitu vya kimungu unavyovipata bure na vya milele?

Je uko kama Yoashi na watu waisraeli waliokuwa wanategemea viongozi na marafiki zao? Mungu akuguse leo uhitaji nguvu yake isiyokuwa na kikomo. Akufundishe kumtegemea yeye asiyeshindwa.

7 - Kuifanya Imani Iwe Yako

Katika sura chache zilizopita tumekuwa tukijaribu kuonesha jinsi unavyoweza kusihi kwa Imani ya mtu mwingine. Wakristo wengi wanapenda kuwa katika kundi na si mtu kusimama mwenyewe. Mpaka pale utakapoweza kusimama mwenyewe ndipo imani hiyo itakuwa ya kwako. Hatuwezi kumpa Mungu utukufu hadi pale tutakapo ifanya imani yetu ifanye kazi na si Imani ya upande wa Mtu mwingine.

Yumkini Roho Mtakatifu amekuwa akisema nawe katika kitabu hiki. Imani yako imekuwa niyakutegemea watu wengine. Sasa unataka kujua ni kwajinsi gani Imani unaweza kuifanya kuwa ni yako. Naomba nikamilishe kwa maneno machache.

Kumjua mwokozi kibinafsi

Lazima ukubali kuteseka kama Ayubu alivyoteseka. Alipoteza kila kitu alichokuwa nacho. Rafiki zake, msaada wa mke wake, mali zake, familia yake, utajiri wake, na hata heshima yake ilitoweka ndani ya muda mfupi. Lakini katika yote na faida aliyoipata Ayubu katika Hili ni kwamba macho yake yalifumbuliwa kumwona Mungu kwa mara ya kwanza. Sikia kile anachokisema:

> *Ayubu 42:5 (NIV) Nilikuwa nimesikia habari zako kwa kusikia kwa masikio bali sasa jicho langu linakuona.*

Wako watu wengi ambao wamemsikia Mungu lakini hawajawahi kumuona katika maisha yao. Labda unaposoma kitabu hiki unsema: "Natakiwa nitoe kila kitu ili niweze kumuona Mungu. Ninaufahamu mkubwa sana kichwani lakini simjui. Je inawezekana kumjua Mungu katika namna hii?

Unaweza kumjua Mungu kama Ayubu alivyomjua. Angalia kile anasema na kuahidi kwa kinywa cha Yeremia nabii:

> *Yeremia 24:7 (NIV) Mimi nitawapa mioyo wanijue ya kuwa mimi ni Bwana nao watakuwa watu wangu nami nitakuwa Mungu wao kwa maana watanirudia kwa moyo wao wote.*

> *Yeremia 31:34 (NIV) Wala hawatamfundisha kila mtu jirani yake na kila mtu ndugu yake wakisema mjue Bwana kwa maana watanijua wote tangu aliye mtu mdogo miongoni mwao hata aliye mkubwa miongoni mwao asema Bwana maana nitausamehe uovu wao wala dhambi yao sitaikumbuka tena."*

Ikiwa unataka kumjua Mungu kwa namna hii unapaswa kuelewa ni kipi kinachokuzuia ili usimjue Mungu. Sikia kile Isaya nabii anasema:

> *Isaya 59:2 (NIV) Lakini movu yenu yamewafarakanisha ninyi na Mungu wenu na dhambi zenu zimeuficha uso wake msiuone hata.*

Dhambi ndiyo inayotutenga na Mungu, Dhambi itakufanya usimjue Mungu, njia pekee inayoweza kutufanya mimi na wewe tumjue Mungu ni Msamaha wa dhambi. Yesu Kristo amekuja kutoa huo msamaha. Ukitaka kumjua Mungu ni vema ukatambua kizuizi ambacho kimesimama katika njia yako ya kumjua Mungu na kisiki hicho ni dhambi . Bwana Yesu atakusameh ikiwa kama leo utamuhitaji kwa moyo wako wote. Hakuna njia nyingine ya kumjua Mungu bali ni kulia mbele za Yesu Bwana ili aondoe hicho kizuizi. Yesu Kristo ni tumaini lako pekee hakuna anayeweza kukusamehe dhambi bali msamaha ni kwa wale wanaotambua na kukiri dhambi zao wanaweza kusafishwa na nguvu ya Mungu na kusamehewa. Sikia kile Yohana anachotuambia:

> 1 John 1:9 (NIV) Tukiziungama dhambi zetu yeye ni mwaminifu na wahaki hata atuondolee dhambi zetu na kutusafisha na udhalimu wote.

Hatuwezi kulielewa neno Hili "Ikiwa" katika mstari huu. Neno hli lina umuhimu sana katika msatri wote kuuelewa. "Ikiwa" tutaziungama dhambi zetu yeye ni mwaminifu atatusamehe. Watu wengi wanajaribu kujinufaisha na Neno hili. Wanajisikia kana kwamba Mungu anajua tayari dhambi zao na kwamba atawasamehe bila kuja kwake kutubu. Vipi upande wako? Umeshatubu dhambi zako? Je unatambua kwamba huwezi kusamehewa hadi pale utakapokuwa umetubu dhambi zako ndipo utasamehewa? Usiruhusu muda huu ukapita bila kusihi msamaha wake upite juu yako.

Kuishi kwa dhamira Binafsi

Kwa kuwa umejua nini maana ya kumjua Mungu kibinafsi sasa unapaswa kurudi katika Neno lake ili ujue mapenzi na makusudi yake katika maisha yako. Japo ni vema kusikiliza uzoefu wa watu wengine lakini acha Neno la Mungu liwe ndiyo mamlaka yako ya mwisho. Sikiliza mashauri ya watu wengine juu ya Neno la Mungu lakini kama Waberoya katika matendo 17.11, uyachunguze maandiko wewe mwenyewe. Kama utakuwa kabisa mwana wa Mungu Roho wa Mungu ataishi ndani yako. amekuahidi kukuongoza katika kweli yote. Wewe mwenyewe ndiye utakayewajibika mbele za Mungu kwa dhamira yako ya ndani kwa sababu ya Neno lake. Ngoja nikupe ushauri unapotafuta kuelewa mapenzi ya Mungu katika Neno la Mungu.

Kwanza, Jipangie kusoma na kuritafakari Neno la Mungu kila mara. Soma Maagano yote mawili la Kale na Jipya. Hauwezi kusikia Mguso wa ndani kama kifungu unachokisoma haujakielewa kabisa kinasema nini. Nimeshakutana na watu wanatoa mawazo juu ya kifungu ambacho hata hawajawahi kukisoma hata mara moja.

Mbili, yachunguze maandiko kwa ufahamu ulio wazi. Usiingie kusoma Neno la Mungu tayari katika akili yako unamtazamo wako. Usiuzuie mstari unaousoma kukwambia jambo lolote juu ya uelewa wako. Usilete theologia katika mstari unaousoma. Iache Biblia ukufundishe wakati huo. Unatafura kweli za Kiroho siyo ubishi na Mtu Fulani.

Tatu, Kujifunza kwako kukabidhi kwa Roho Mtakatifu kwa njia ya maombi. Mwache awe kiongozi wa masomo yako. Yeye tumepewa ili atuongoze katika kweli yote, Yeye ni Mwaminifu.

Mwisho, tafuta ushauri kwa watu wengine wa Mungu. Wasikilize lakini hakikisha kwamba wewe ndiye unayesikiliza ndani ya Moyo wako roho anasema nini. Unapokuwa umewasikiliza wengine rudi katika Neno ili uone kama wanachosema ni kweli.

Jikubali kwa sababu Mungu ndiye amekufanya hivyo

Ikiwa unataka Imani iwe ya kwako kabisa unapaswa kutambua kwamba Mungu amekuumba kwa makusudi na anampango na wewe. Kukamilisha mpango huu anakupitisha katika mapito na magumu ya maisha Fulani ambayo yumkini umekwisha yaona katika maisha yako. Kama mfinyanzi amekuwa akikufinyanga kwa sababu ya kusudi Fulani. Hakuna jambo linaweza kutokea katika maisha yako na Mungu asiwe na namna ya kutaka wewe akutumie ili uwe mtu Fulani.

Kukubali kwamba Mungu ameruhusu magumu na mapito kwa sababu Fulani inakufanya uelewe kwamba unajukumu Fulani katika utendji wa Mungu katika Dunia hii. Hakuna anayeweza kulitimiza jukumu ulilonalo isipokuwa wewe mwenyewe. Kujishusha katika kazi ya Huduma ni kupunguza umuhimu wa Mungu ambao ameukusudia katika maisha yako maana amekuwa anakutengeneza na kukuita katika huduma hiyo. Kutamani vile mwingine anavyofanya ni kukataa kwamba ulivyofanywa wewe hukustahili umekosewa. Tubu dhambi hii na umshukuru Mungu kwa jukumu alilokupa.

Kuishi katika Nguvu za Mungu

Jifunze kuishi katika katika uwezo Mungu aliokupatia. Imani itakuwaje halisi katika maisha yetu kama tunamzuia Mungu kujithibitisha katika maisha yetu? Ikiwa tunawakimbilia wengine kwa ajili ya msaada wakati wa mahitaji tutaonaje utendaji wa Mungu katika maisha yetu? Sizuii ushirika wa wakristo katika kusaidiana. Mungu anaweza kutumia watu wengine katika kukuimarisha na kukutia moyo. Ninachokisema hapa ni kwamba Bwana ameahidi kuwa nguvu yetu tumwache aitimize ahadi yake kwetu. Sikiliza kile Daudi alikifanya baada ya wote aliokuwa nao kumwinukia:

> *1 Samweli 30:6 (NIV) Naye Daudi akafadhaika sana kwa sababu watu walikuwa wanasema kwamba apigwe kwa mawe kwa maana nafsi za watu wote hao zilisononeka kila mtu kwa ajili ya wanawe na binti zake lakini Daudi alijitia nguvu katika Bwana wake.*

Aina hii ya kutiwa moyo yaweza kuwa yako kama utamruhusu Bwana atende katika maisha yako. Hakuna mfariji kama Yesu. Anakujua zaidi ya unavyojijua. Sikia katika ahadi yake katika kitabu cha Matayo 11.28:

> *Matthew 11:28 (NIV) "Njoni kwangu ninyi nyote msumbukao na kulemewa na mizigo nami nitawapumzisha.*

Unahitaji pumziko? Mambo yamekuwa yakipandliana? Kwa nini usije kwa Bwana na kutulia? Anatamani kuikamilisa ahadi yake kwako. Kwa nini usimruhusu akafanya? Hakuna anayeweza kuutuliza moyo wako kama Yesu. Kuna nguvu ndani yake kwa ajili ya matatizo yako. Mwache ajidhihirishe.

Siyo kusudi langu kuwa mkali katika kitabu hiki. Kusudi langu ni kwamba wakristo tutumie imani zetu. Jamii yetu inataka ione zaidi ya kile inachokiona kwa njia ya Imani ya kweli. Kabla hatujawafikia wengine tuzichunguze Imani zetu kwanza. Kwa nini tumekuwa tukiigiza? Ninaomba kwamba kitabu hiki kiwaguse wengi. Ungana nami tuombe kwamba Wakristo wengi watashtakiwa na kuguswa katika mioyo yao ili wasiihi kwa kutumia Imani za wengine. Imani zetu hakika ziwe zetu.

Light To My Path Book Distribution

Light To My Path Book Distribution (LTMP)ni huduma ya uandishi na usambazi wa Vitabu kwa wahitaji katika Bara la Asia, Wamarekani wa Kilatini na Africa. Wahudumu wengi wa Kikristo katika nchi zinazoendelea hawajawa na vyanzo vya kutosha katika kuwawezesha kupata mafunzo ya Neno la Mungu au kununua vitabu vya kujifunzia neno la Mungu kwa ajili ya huduma zao na hata katika kujijenga wao wenyewe. F. Wayne Mac Leod ni mmoja wa watendaji wa huduma ya Action International Ministries na amekuwa akiandika vitabu hivi kwa lengo la kuvigawa bure au kuviuza kwa wachungaji walio katika uhitaji ulimwegnuni kote.

Mpaka sasa ni maelfu ya vitabu katika "Devotional Commentary Series" na "Life in Christ Series" vimekuwa vikitumika katika mahubiri, uinjilisti, na katika kuwatia moyo washirika wa makanisa ya mahali katika nchi zaidi ya thelathini. Katika Mfululizo huu tayari vitabu vimetafasiriwa katika Lugha mbalimbali kama Kihindi, Kifaransa, Spanish na Haitian Creole. Lengo ni kuvifanya viweze kupatikana kwa kila anayehitaji.

Huduma ya LTMP ni huduma ya Imani na tunamtegemea Mungu katika kututegemeza ili tuweze kusambaza vitabu vitakavyowajenga na kuwatia moyo Wakristo duniani kote. Tafadhali utuombee ili Mungu afungue Milango kwa ajili ya utafasiri na usambazaji wa vitabu hivi?

Kwa maelezo zaidi ju ya Light To My Path tembelea tovuti yetu www.lighttomypath.ca.

www.ingramcontent.com/pod-product-compliance
Lightning Source LLC
Chambersburg PA
CBHW052128070526
44586CB00016B/2129